KHÓI

TỪ NIỆM
KHÓI
thơ

Lotus Media
2024

KHÓI
Thơ TỪ NIỆM

Biên tập: Châu Giang
Bìa và trình bày: Nhuận Pháp

Lotus Media xuất bản 2024
ISBN: 979-8-8692-9171-4
Copyright © by Tu Niem and Lotus Media 2024

Mục lục

Giới thiệu 9
Phật ngôi 13
Mênh mang mưa nắng 14
Lãng đãng chiều 15
Đời nghiêng 16
Trân Châu cảng - Dấu tích xưa 17
Đường quê 18
Mông lung 19
Gốc mai vẫn đợi 20
Nghe biển nói 21
Xuân mênh mông 22

Bên góc phố	24
Gió và em	25
Mưa bên quán trọ	26
Nhật nguyệt	28
Lang thang với nắng	30
Quà sinh nhật	31
Hoàng hôn	33
Mưa nắng sắn khoai	35
Bên Phật	36
Tiêu dao	37
Khói	38
Im	39
Chênh vênh	41
Không đề	42
Gánh hàng rong	43
Chơi	44
Mưa và em	45
Thả như suối	46
Linh Thứu và Cổ Thất	47

Phương Ngoại Am	49
Nắng mai	51
Chuyện ngu ngơ	52
Tình	54
Em ơi!	55
Lung linh lời xưa	57
Đếm nghe dế hát	58
Độc cư	60
Nói với em	61
Giã từ	63
Mộng qua cửa sổ	64
Nghẹn	65
Ngược	66
Ba Mẹ	67
Bức tranh	68
Nghe giọt tầm rơi	69
Nắng phơi cuộc tình	71
Lau trắng đồi hoang	72
Em là sương	74

Rong chơi	75
Trà muộn	76
Qua ô cửa	77
Giữa ban ngày	79
Thấy	81
Vẫn	82
Viết cho tuổi già	84

Giới thiệu

Đọc thơ Khói của Từ Niệm, ta thấy chàng thơ đang rong chơi với khói và sương; với mưa và nắng; với mộng và thực; với tuyết trắng đôi hoang; với rêu trắng thời gian phủ lên từ nhật nguyệt; với suối mộng mưa ngàn; với gió vi vu lãng đãng cuối chiều; với phố xá đầy người mà trái tim hoang vắng, như "bình minh bừng ô cửa, em tôi hối hả đi, loanh quanh mòn cuộc lữ, bụi đỏ bóng thiên di...".

Và thơ là công phu miệt mài, mượn chổi trăng quét bụi; mượn gió ngàn rong chơi; mượn sen thơm pha trà trong cô tịch; mượn ngữ ngôn phô diễn ý không lời; mượn trần gian làm gác trọ kiếp người; đi không để dấu chân nơi khởi điểm;

đến chẳng mệt gì tìm dấu vết tương lai; nhìn ráng chớp tà huy vỗ tay cười ha hả; ngụm trăng sao nuốt trọn mấy thiên hà, mặc hiện tại thiên di; mặc trần gian kẻ đến người đi, kẻ lên người xuống, kẻ thị người phi; ai ưa sống say cứ sống; ai ưa chết mộng, mặc để thỏa lòng: "gom hiện tại đốt làm tro quá khứ, bụi khói này là sợi nhớ mông lung, em hờ hững bước qua miền thực tại, để ráng chiều hóa vệt sáng trôi sông".

Hay ta đồng cảm với chàng thơ: "gom sương trắng pha trà, thả tuổi già bên suối, mặc nhân tình thế thái, cùng gió sớm rong chơi". Chơi chút thôi với mưa và gió; hỡi mưa thương đừng nặng hạt, làm nhạt nhòa Phật tính ở trong tâm; đùa chút thôi với gió giận, mặc bão bùng không lay đổ bình an!

Khói là hơi bốc lên từ củi nóng, từ lửa nguội tro tàn; bốc lên từ nắng quái, mưa chang hay bốc lên từ những hạt bụi vui buồn, vinh quang hay tủi nhục; khói là khí tiết bốc lên từ tâm thức ngày đêm bùng cháy; từ cuồng khí tuổi xanh thịnh nộ, đối mặt trước vực thẳm đèo cao với muôn vạn chuyện đời ngang trái, hay khói là hơi bốc lên từ ký ức của một thời mà bao lữ khách đã bỏ rừng xanh kiếm tìm phố thị, ngủ say trên từng mộng tưởng mông lung, tự giam mình trong lâu đài tráng lệ, ngã tính phơi bày, chợt tỉnh thức, tâm ý tự trong, vượt sông xưa chỉ chớp mắt, vụt bước qua bên kia bờ thực tại... thênh thang giữa cõi sống diễm ảo vô cùng!

"Phật ngồi đó giữa nắng mưa thế sự, nhìn tà huy lên xuống dưới chân đồi, mây ôm đá mấy ngàn năm tịch mịch, vẫn như nhiên nghe nhân thế khóc cười".

Vậy, hỡi ai đủ duyên, xin mạnh dạn bước vào từng trang thơ của Khói; mặc để khói bụi ký ức bay vút giữa thiên diễn muôn trùng!

Chùa Phước Duyên - Huế,
Mùa An Cư, PL. 2562 - DL.2018
Thích Thái Hòa

Phật ngồi

Phật ngồi đó giữa nắng mưa thế sự
Nhìn tà huy lên xuống dưới chân đồi
Mây ôm đá mấy ngàn năm tịch mịch
Vẫn như nhiên nghe nhân thế khóc cười.

• Indonesia - Borobudur, 06.01.2016

Mênh mang mưa nắng

Con đường cũ sương mờ về ướt lối
Gã mưu sinh lang bạt giữa trường đời
Mưa không ngại sá gì mùa nắng quái
Vẫn mênh mang bên mộng thực không lời.

• 13.3.2016

Lãng đãng chiều

Hoàng hôn xuống khép một ngày nắng quái
Gió vi vu ta lãng đãng cuối chiều
Đời vẫn thế xin cám ơn tất cả
Mai nồng nàn với lối cũ ta yêu.

• An Lộc, 16.4.2016

Đời nghiêng

Chiều nghiêng bóng ngả chao lời
Ta say chưa tỉnh nên đời thị phi
Trần gian kẻ đến người đi
Vườn xưa sót lại chút gì chiêm bao.

• 17.4.2016

Trân Châu cảng
Dấu tích xưa

Sóng vẫn vỗ giữa Hawaii lộng lẫy
Bọt nước rơi nghe oán hận mấy ngàn
Trân Châu đó một thời hùng cuồng nộ
Dấu tích xưa giờ hoen rỉ dư tàn
Trăng cổ độ ru giấc khuya mộng mị
Đông Tây buồn vì vết rạn thời gian
Gió vẫn thổi bên đồi đầy vàng nắng
Dệt kí ức chiều bâng lâng rừng xanh
Ta lữ thứ một lần đi không hẹn
Cõi chơi này anh có biết không anh?

- USA - Hawaii, ngày 12-11-2016

Đường quê

Nắng chiều sưởi ấm đường quê
Mênh mang ruộng lúa em về gió reo
Mục đồng gõ nhịp nghêu ngao
Lời ca bay lạc bờ ao bên này.

• 6.1.2017

Mông lung

Thời gian rụng giữa mù sa
Hóa thành giọt nước vỡ òa mùa đông
Em già bỗng hóa thành sông
Anh non ngồi nghĩ mông lung cuối trời.

• 7.1.2017

Gốc mai vẫn đợi

Tặng anh Phan Anh Dũng

Ông đồ tết có thơ không
Gốc mai vẫn đợi bên khung trời này
Chốc đà mùa nữa lá thay
Còn mong tái ngộ nghiêng khay trà chiều.

• 9.1.2017

Nghe biển nói

Em ơi ra đảo nhận quà
Mà nghe biển nói: Tôi già quà đâu!
Ông về đi! Ông về mau!
Nơi đây chỉ có ốc hàu nhận không?".
Đường xa chả lẽ về không,
Nên tôi chỉ lấy của ông tấm lòng.
Biển rằng: Cát trắng mênh mông
Sớm hôm mây nắng thanh phong giữa đời.

• Philippines, Makati, 7.3.2017

Xuân mênh mông

Tạm biệt nhé mùa đông
Em về yên cố quận
Mai vàng vừa chớm nở
Xuống phố xuân mênh mông.

Tạm biệt nhé ngày qua
Kí ức xanh nhạt nhòa
Em là hương ngày mới
Nhóm bếp hồng tình ta.

Tạm biệt nhé ngày mai
Gà khuya cất tiếng gáy
Đông Tây xa lay động
Em – giao thừa qua đây.

• Đinh Dậu - 2017

Bên góc phố

Xuân vẫn đọng trên mai vàng trước ngõ
Nhị nguyên buồn rớt xuống hóa rêu xanh
Bên góc phố chiều lai rai chuyện cũ
Để thấy đời và nhịp thở thênh thang.

• Xuân Đinh Dậu - 2017

Gió và em

Tặng T.N

Chiều viễn mộng anh lang thang với gió
Trót quên em giữa phố cũ đông người
Vì hờn dỗi đôi lần em không nói
Anh vụng về tìm lại vết sao rơi.

• 22.2.2017

Mưa bên quán trọ

Ngày nắng tắt bên sông không tiếng vọng
Anh sẽ về với quán trọ rong rêu
Thân lữ thứ mấy lần ôm viễn mộng
Dặm đường dài vương sỏi đá chông chênh.

Bên kia núi, rừng xưa xanh u tịch
Cõi yên bình anh giã biệt ra đi
Vì là nắng sưởi trần gian tuyết phủ
Xác thân gầy và nhịp thở hanh hao.

Hồ sen đó lời thề xưa còn giữ
Ngõ trúc vàng bàn tay gió đong đưa
Đợi em nhé! hoàng hôn rời mộng mị
Anh sẽ về bên quán trọ nghe mưa.

• 7.3.2017

Nhật nguyệt

Tuyết có trắng trên thời gian rêu phủ
Nụ cười này vẫn tỏa nắng đầu non
Rừng xưa đó ước một lần nghe hát
Sỏi đá mòn phút chốc hoá mênh mang.

Này em nhé, chuyện buồn anh muốn kể
Với kẻ mù nhật nguyệt vẫn như không
Mơ chi cao thiên đường xa diệu vợi
Những ngôn từ vinh danh ngã rỗng không.

Anh chán lắm với lối mòn lệch hướng
Bỏ suối xanh về ôm mộng suối vàng
Thế em nhé, anh quá lời không nhỉ!?
Chừ lên đường anh ngắm nhật nguyệt anh.

• 22.3.2017

Lang thang với nắng

Có những trưa hè lang thang với nắng
Ta hoang vu và gió cũng hoang vu
Đời luẩn quẩn tới lui đùa mấy bận
Vẫn nỗi buồn vẫn ngõ nắng mênh mang.

• 13.5.2017

Quà sinh nhật

Tặng anh
Nhuận Phật Minh - Trần Hữu Nghĩa

Vòng nhật nguyệt mấy lần qua trước ngõ
Mái gia đình là nhịp thở thênh thang
Bằng hữu đó ráng chiều nghiêng ly cạn
Chút nghĩa tình anh tặng giữa nhân gian.

Từ vô thủy anh từ đâu xuất hiện
Tháng ngày này làm điểm sáng người thân
Phật còn đó trên phù vân tuyệt đỉnh
Minh chứng này là cuộc sống trong anh.

Suối vẫn chảy thay lời thơ tôi viết
Gởi đến anh như những giọt sương mai
Đọng trên hoa để tạm gọi chút là
Quà sinh nhật lung linh trong nắng mới.

• Huế, ngày 16.5.2017

Hoàng hôn

Giọt nắng vàng vừa rụng
Ảo ảnh cũng vỡ tan
Nhân gian chìm bóng tối
Chệnh choạng giấc thiên đàng

Anh đi lên phố ấy

Em ngược xuống phố này

Một vòng tròn luẩn quẩn

Không hết ly rượu say

Thời gian như cõi tạm

Không gian hương bưởi bay

Bao la trong hạt cải

Vàng sóng biển chiều nay.

• 31.5.2017

Mưa nắng sắn khoai

Sắn khoai nuôi lớn tâm hồn trẻ
Mây trắng sông hồ giữ tiếng xưa
Từ độ em đi chưa về lại
Ruộng lúa quê nghèo vẫn nắng mưa.

• Phú Lộc, 7.6. 2017

Bên Phật

Lời kinh như hơi thở
Từ Phật mềm sớm mai
Đời phiêu du mấy bận
Chiều bên Phật phôi phai.

• Từ Vân, 20.6.2017

Tiêu dao

Màu mây bạc không do thời gian mốc
Vì lãng du theo gió dạt ven trời
Em già cỗi vì đời sang màu úa
Anh ngây ngô ôm cuộc mộng nửa vời.

Tạm biệt phố chừ lên đường về núi
Rừng xanh đầy và giun dế đón chào
Đời mấy nhịp ôm hoài chi mỏi gối
Nghiêng trà chiều cùng giọt nắng tiêu dao.

• 23.6.2017

Khói

Gom hiện tại đốt làm tro quá khứ
Bụi khói này là sợi nhớ mông lung
Em hờ hững bước qua miền thực tại
Để ráng chiều hoá vệt sáng trôi sông.

• 9.9.2017

Im

Đếm lặng,
Thời gian bước, giun dế nỉ non,
Cỏ hoa trỗi dậy thì thầm,
Cùng ta thổn thức.

Ôi! vòng luẩn quẩn,
Xô đẩy nhau vực thẳm đêm đen,
Có gì không cuối đường tắt nắng?.

Em bên anh như hơi thở,

Gió chết,

Anh về và em xa mãi mãi.

Có cần lên án nhau bên hố đen sinh tử!

Đời như khớm bám thành răng,

Im lặng,

Chiêm nghiệm,

Lên đường em nhé!

• Thủy Châu, 20.10.2017

Chênh vênh

Chênh vênh núi,
Chênh vênh đời
Chênh vênh rêu phủ vạn lời cổ xưa.
Chênh vênh nắng,
Chênh vênh mưa
Chênh vênh rụng xuống giữa mùa trăng lên.

• Thủy Châu, 26.10.2017

Không đề

Mưa ơi nhẹ hạt trên nương cũ
Để khói hương này quyện Phật tôi
Nửa đời sương phủ mờ mắt biếc
Cần chút yên bình với Phật thôi.

• Thủy Châu, 4.11.2017

Gánh hàng rong

Gánh hàng rong ngày xưa mẹ quảy
Nuôi quê hương những buổi cơ hàn
Vẫn gánh hàng rong chừ mẹ quảy
Núi sông dài răng mẹ lang thang?!.

• Huế, 14.11.2017

Chơi

Gom sương trắng pha trà
Thả tuổi già bên suối
Mặc nhân tình thế thái
Cùng gió sớm rong chơi.

• 18.11.2017

Mưa và em

Em ngồi tịch lặng bên hiên
Đếm thời gian rụng ven thềm tử sinh
Mưa đông từng sợi trắng tinh
Vắt từ quá khứ bồng bềnh mắt em.

• 1.12.2017

Thà như suối

Mây ôm núi ngủ nghiêng đời
Mộng ôm thực dệt vạn lời đảo điên
Vàng mưa rụng vỡ ngoài hiên
Vì hình bóng cũ em phiền rêu phong

Bên này đục bên kia trong
Đôi bờ luẩn quẩn một vòng nhân gian
Thà như con suối lang thang
Vách cao trời mộng chẳng ràng buộc chi.

• Phú Lộc, 28.01.2018

Linh Thứu và Cổ Thất

Hư hư ảo ảo khói sương mờ
Cổ Thất bình dị tựa bài thơ
Sớm hôm giun dế non nỉ hát
Góc nhỏ đi về những buổi mơ.

Một sáng tàn đông bên cửa sổ
Hồng Thất Kê gáy giục sang mùa
Cứ tưởng âm ba xưa vọng lại
Quá khứ chừ hay hiện tại xưa!

Từng bước vẫn vượt dòng thác dữ
Vẫn ân cần mưa nắng em ơi!.
Bên này tối và bên kia sáng
Linh Thứu kìa, nhật nguyệt rong chơi!

• 11.2.2018

Phương Ngoại Am

Trăng chiếu Am Phương Ngoại
Hay từ Linh Thứu sơn
Nghìn trùng xa sóng vỗ
Nghe hơi thở rỗng trơn.

Em từ ngày xưa cũ
Hay bóng chớp hôm nay
Rơi vào vườn cải nhỏ
Vàng mắt anh sáng nay.

Trên tuyệt đỉnh mù sương
Vào tận sâu huyệt mộ
Em, bao giờ, nghe nói
Chốn độ lượng khôn lường.
 Trăng từ Am Phương Ngoại
Ngôi nhớ Linh Thứu sơn
Giữa bộn bề mây khói
Vọng gót mòn lang thang.

• Xuân Mậu Tuất, 27.2.2018

Nắng mai

Vàng xuyên qua cửa sổ
Chú mèo ngủ sân ngoài
Ngỡ tri âm bước vội
Hé mắt, ô! nắng mai.

• 2.3.2018

Chuyện ngu ngơ

Cuộn mây trắng làm hành trang rong ruổi
Cùng gió sương và trà đậm quê nhà,
Xách ba lô như tri kỷ lên đường...

Đây sa mạc,
Vùng Abu Dhabi anh đến,
Tinh mơ trời sỏi đá ngủ quên,
Chỉ giun dế và không gian tịch mịch
Đón chờ anh - gã lữ khách chưa quen.

Chừ dừng gót nơi căn phòng trắng,
Đợi nắng lên, soi lịch sử treo tường.
Từng dấu vết, từng quãng đời vụt tắt,
Âm ba xưa oằn con chữ mơ màng.

Đây biển mặn,
Chiều Dubai sóng vỗ,
Sợi hoàng hôn anh gom thả trong thơ
Để mai kia cuối trời viễn xứ
Ôm tuổi già ngồi kể chuyện ngu ngơ.

• Abu Dhabi - Dubai, ngày 15.3.2018

Tình

Tình như núi thênh thang như suối
Nghiêng góc đời cuộc lữ rong chơi
Một ngày kia cuối trời viễn xứ
Ngoảnh lại nhìn, lá rụng em ơi!

• 25.3.2018

Em ơi!

Đêm xuống, trăng lên
Thôn dã bình yên
Người chìm giấc ngủ mệt nhoài vì cuộc mưu sinh,
Côn trùng thức giấc kiếm tìm...

Trăm năm sau,
Ai còn ai mất,
Ai nhớ ai quên,
Ai lưu đày ai giải thoát trên lộ trình không bến.

Phật từ bi ánh sáng, đêm đen
Gần như hơi thở,
Lung linh như lau trắng cười nắng vàng núi Thứu.

Em say men hư ảo phố phường,
Vênh váo tặng đời kệ truyền như thánh,
 Rỗng tuếch phù phiếm,...
Em ơi, lối cũ rong rêu
Trần trụi, chân tình, ai yêu...!!!
Tà huy rụng xuống những chiều thiên thu.

• 30.3.2018

Lung linh lời xưa

Lời xưa vọng giữa Tùng Lâm
Núi non tri kỷ âm thầm sớm hôm
Mây trời hoá suối thong dong
Chân kinh bước với mênh mông đời thường

Nắng vàng ôm dấu quê hương
Bên góc trời cũ Phật thương trăng già
Gió sương mấy độ đi qua
Vẫn lung linh xứ Ta bà rong chơi.

• Cẩm Phả, 4.4.2018

Đêm nghe dế hát

Đàn khép tiếng lặng đêm nghe dế hát
Gác chân trần mặc ngõ phố hanh hao
Bên kia mộng đại dương xanh sóng vỗ
Giọt vô thường rụng tích cũ lao xao.

Tương lai xa về chết dưới trăng già
Nên hiện tại ngắn màu rêu vạn đại
Em là tôi và tôi rốt là ai?!!!
Khi nhân gian một vòng quay khờ dại!

Tường vách đổ là dấu xưa thiên cổ
Nắng Hạ tàn chợt nghe mát Đông sang
Như chim non trên đồi sim vừa gọi
Đất trời buồn cũng thiên biến thênh thang.

• Phương Ngoại Am, 14.4.2018

Độc cư

Nắng hoa dại phủ vườn chiều đầy nắng
Chú bướm vàng ôm mộng cũ lang thang
Nơi thôn dã sớm hôm nghe chim hót
Độc cư đời mà bát ngát trong tâm.

• Phương Ngoại Am, 22.4.2018

Nói với em

Này nắng quái em từ đâu đến vậy
Rát mặt anh và rát cả người thương
Con đường cũ sớm chiều hoa dại nở
Bỗng khô cằn từ nóng giận em chăng!

Này là mưa em đi hoang mấy độ
Cỏ vườn nhà da diết nhớ em yêu
Từng ngày qua từng ngày trông ngóng đợi
Hóng em về để mẹ hái mưa chiều.

Này là gió em viễn du hà xứ
Ở nơi đây còn hơi thở hanh hao
Em biệt tăm tận cuối đèo trăng chiếu
Câu thơ hờn gãy nhịp bóng thuyền chao.

• 24.4.2018

Giã từ

Chừ mãn cuộc người giã từ phố thị
Xuôi núi ngàn ôm giấc ngủ thiên thu
Phía trăng sao là quê nhà Phật tổ
Hong sương về nâng nhịp bước thiên di.

• Long Hồ, 28.4.2018

Mộng qua cửa sổ

Vòng nhật nguyệt vẫn đi qua cửa sổ
Giấc mơ đời oằn cỏ dại sương tan
Người đứng đó vô ngôn như mây trắng
Chú gà rừng đầy mộng gáy miên man.

• 5.5.2018

Nghẹn

Em về ôm mộng nắng mưa
Quê nghèo gió lộng buổi trưa mẹ ngồi
Lúa xanh, khoai sắn, dưa tươi
Vẫn hun hút đợi góc trời ai ơi!
Nắng mưa đã đủ ngày rồi
Quảy đôi gánh mộng nghẹn lời núi sông.

• 12.5.2018

Ngược

Vắt hiện tại lên vách tường quá khứ
Bắt thời gian quay ngược ngó xem sao
Bỗng lơ mơ trên cung đàn phím cũ
Núi rừng xưa từng sóng vỗ lao xao

Bao kỷ niệm ùa về như suối vỡ
Mộng sơn đầu hoá bọt nước bay cao
Ghềnh đá ấy chừ tận nơi viễn xứ
San hô buồn khép mộng mị đầy sao!!!!

• 18.5.2018

Ba Mẹ

Mẹ ra đồng gặt mùa vàng của nắng
Ba mang về ủ hơi ấm trời đông
Bên kia sông khói quấn ôm chân mẹ
Cay mắt chiều ba gánh bước thong dong.

• An Lộc, 27.5.2018

Bức tranh

Đêm tịch mịch vì tôn vinh lòng nến
Anh dại khờ để nhường lối thông minh
Bên này sáng và bên kia bóng tối
Tối - sáng này hoà tuyệt tác bức tranh.

• 17.6.2018

Nghe giọt tâm rơi

Ngày cũ đã xa
Ngày nữa lại đến
Thời gian dài màu xanh
Ru câu kinh mấy bận
Tâm vô hình

Bước lặng thinh
Bên góc đời tối – sáng
Tiếng động côn trùng
Nghe vỡ oà vũ trụ
Anh - một mình không nói

Nghiêng nghe giọt tầm rơi
Trên nhịp mõ kinh cầu
Dẫn lối ngàn sau...
Ngày cũ đã xa
Ngày nữa lại đến.

• 25.6.2018

Nắng phơi cuộc tình

Nhà tôi ở mé đồng quê
Bốn bề sông nước mùa nghe gió lùa
Đêm nay trăng sáng song thưa
Gối đầu chưa ngủ lời xưa vọng về

Lời rằng: cõi tạm, giấc kê
Trên non sóng vỗ, dưới khe vượn cười
Trăm năm huyễn mộng vừa trôi
Vắt qua ghềnh đá nắng phơi cuộc tình...

• 29.6.2018

Lau trắng đồi hoang

Lau trắng phủ mộ hoang
Êm đềm oằn oán than
Âm dương chia hai ngả
Giữa nắng vàng chang chang.

Thềm xưa đen màu cũ
Lưu dấu anh một thời
Hiên ngang ôm sông núi
Chừ hiu quạnh bên đồi.

Nước non về một mối
Vết cũ vẫn chưa tan
Hồn viễn phương chắc biết
Nhớ biển mặn, sương ngàn.

Tôi đi qua dốc ấy
Một trưa hạ lang thang
Chợt lòng buồn đến lạ
Vô chủ mộ đôi hoang.

• 10.7.2018

Em là sương

Tâm như hoa tỏa hương thơm mùa hạ
Thành lời ca như suối giữa ta bà
Từ cổ độ em là sương núi Thứu
Xuống kinh kỳ lay nhịp thở trăng qua.

• 13.7.2018

Rong chơi

Từ thuở hồng hoang em là gió
Thả xuống nhân gian mấy giọt đàn
Rong chơi giữa tỉnh say cuộc mộng
Cuối ghềnh hoá bọt nước lang thang.

• 15.7.2018

Trà muộn

Ngoài hiên mưa lất phất
Điện phật buồn khói bay
 Trầm ngâm tách trà muộn
Vô thường vỡ không hay.

• 17.7.2018

Qua ô cửa

Bình minh qua ô cửa
Sương trắng rụng vỡ toang
Mờ trang sách bóng chữ
Phảng phất dấu mây ngàn.

Bình minh bừng ô cửa
Chiêm chiếp đàn gà con
Theo chân mẹ lon ton
Nhặt ánh hồng trên lá.

Bình minh bừng ô cửa
Em tôi hối hả đi
Loanh quanh mòn cuộc lữ
Bụi đỏ bóng thiên di.

• 19.7.2018

Giữa ban ngày

Thắp nến giữa ban ngày
Soi dấu xưa tích cũ
Bao la màu ủ rũ
Nghìn trùng, ôi! chim bay.

Thắp nến giữa ban ngày
Tôi đi tìm cái tôi
Giữa gió mưa nắng quái
Có - không mấy qua đời.

Thắp nến giữa ban ngày
Tìm bóng đêm hôm qua
Rơi trong vườn cỏ dại
Em lãng đãng trôi xa.

• 22.7.2018

Thầy

Kỷ niệm 9 năm Thầy đi xa

Men làn sương trắng
Thầy đến nhân gian
Rong chơi mãn cuộc
Vén mây về ngàn.

• 29.7.2018

Vẫn

Vẫn trời xanh sáng nay

Vẫn mây bay mỗi ngày

Mẫu đơn thi thoảng nở

Độc ẩm trà hay hay

Bỏ qua chuyện thị phi, ngông cuồng, lập dị về ông. Tôi tìm thấy ở ông sự ý thức về vô thường, tự cảnh tỉnh mình khi đặt chiếc quan tài trong phòng!

Có lần vào mùa hè, do nóng, ông đã vào chiếc quan tài nằm nghỉ trưa. Bố mẹ lên chùa thăm ông, tìm quanh không thấy, khi phát hiện ông nằm nghỉ trưa trong quan tài. Bố mẹ ông toá hỏa vì sợ viễn cảnh xấu… và ông mỉm cười nhìn bố mẹ.

Sợ hay không thì visa đời người sẽ hết hạn theo cách khắc nghiệt, bi kịch nhất của riêng nó.

Hãy sống, tập làm thân với nó như người bạn tri kỷ để phủi hết những thị phi, giả tạo, phù phiếm, những vụn vặt trong mình, quanh mình. Và hãy trần trụi sống như con số Mol để trân trọng tất cả như lần gặp đầu, và thành thật như lần vĩnh biệt cuối.

- Cảm nhận khi ngồi trên máy bay
  Vietnam airlines, 19.3.2018

Viết cho tuổi già

Còn trẻ, còn sức khỏe, ta thường có xu hướng thích thưởng thức những bản nhạc hay, phá sức bằng những cuộc vui, thích ngao du núi đồi, thích khám phá đất trời, thích đọc sử thi, thích nói chuyện viển vông, thích chiêm nghiệm sự đời lãng đãng trôi,...

Lúc sức khỏe không còn, tuổi đã xế chiều, ta thường không có những nhu cầu như tuổi trẻ, lúc còn sức khỏe. Thay vào đó, ta tha thiết muốn nằm yên trong vùng an toàn hào quang Phật, không thiết tha gầy dựng danh tiếng, nhìn nhật nguyệt trôi qua trên hơi thở yếu dần, ngồi mản mê, trầm tư trên từng ngón tay gầy guộc, bệnh tật giữa màn đêm tịch mịch và bàn chuyện lùi bước với lộ trình mơ hồ phía trước,...

Khi nào bắt đầu già, khi nào hết trẻ?

Nửa hơi thở đầu là trẻ, nửa hơi thở sau là già...

Mênh mang đời người, vẫn câu hỏi muôn thuở: xuất hiện nơi đây làm gì, rồi về đâu? Có ý nghĩa chăng, nửa hơi thở đầu, tâm trong sáng và thở cho mình; nửa hơi thở sau vẫn rạng ngời trong tâm, ta thở cho tha nhân.

Mong theo dấu chân Phật trong từng nửa hơi thở này và mãi mãi.

- Viết khi đang bay cùng Vietjet, 2.4.2018

www.ingramcontent.com/pod-product-compliance
Lightning Source LLC
LaVergne TN
LVHW061048070526
838201LV00074B/5219